அவள் எப்போதும் என்னவள்

க.அபினேஷ்.

யாப்பு பப்ளிகேஷன்

உணர்வுப்பூர்வமான ஸ்பரிசம் உயிரையும் தாண்டி தனக்கென ஒரு இதயத்தை மற்றொரு உடலில் உண்டாக்குவதே காதல்....

அந்த ஆழமான காதலுக்கு அகராதியில் கூட அர்த்தம் கிடையாது...

அவ்வாறு உருவாகும் இந்த காதல் 61 இதயங்களில் வெவ்வேறு வடிவில் பூத்துக்குலுங்கும் பூச்செடிகள் போல வடிவமைக்கப்பட்டுள்ளது இந்த அவள் எப்போதும் என்னவள் எனும் காதல் கடல்....

இதில் கற்பனை மட்டுமல்ல, கனவும் மட்டுமல்ல பலவித உணர்வுகளால் உருவாக்கப்பட்டது. படிக்கும் போது நீங்களும் காதல் கொள்வீர்கள் என்றால் ஆச்சரியம் இல்லை.....

ஆம் நண்பர்களே பிரபஞ்சத்தில் கொண்ட காதல்

உள்ளத்திலும் உயிரிலும் கலந்து சிந்தனைகளின் வழியே கற்பனையோடு காற்றின் மூலமாகவும் உணர்ச்சியின் பெருங்கடல் ஆகவும் மனிதனின் எல்லா பரிமாணத்திலும் அவள் எப்போதும் என்னவள் என்ற மனநிலையில்

துடிக்கும் இதயங்களுக்கு இன்று இங்கு நூலாக விருந்து அளிக்கப்பட்டுள்ளது...

ஆயிரம் கனவுகளோடு சிறகடித்து பயணித்த பறவைகள் திடீரென அடித்த புயலில் திசை மாறிப் போனாலும் பயணங்கள் தொடர்ந்தான் செய்யும் அதுபோல பயணம் வாழ்க்கையில் மாறினாலும் இதயத்தின் துடிப்பு அவள் எப்போதும் என்னவள் என்றுதான்....

கவிஞர்களின் கவிகளோடு பயணிக்கலாம் வாருங்கள்...

இவருடைய பெயர் **க.அபினேஷ்.EEE,,**

இவர் ஒரு சிறந்த "எழுத்தாளர் மற்றும் கவிஞர்". இவர் தமிழ் மீது வைத்துள்ள அன்பை அளவிட நினைக்கும் போது இந்த நாள் போதாது..

தொழில் ரீதியாக இவர் ஒரு மின்னியல் மற்றும் மின்னணுவியல் துறையில் மேற்பார்வையாளரா இருக்கிறார். எழுதுவதில் ஆர்வம் மிகுந்தவராக இருந்தாலும் நேரம் என்பது இவருக்குக் கிடைக்கவில்லை இருப்பினும் இதுவரை இருபது (20) இணைத்தொகுப்பு புத்தகங்கள் மற்றும் இரண்டு (2) சொந்த தொகுப்பில் புத்தகங்களை உருவாக்குகியுள்ளார்.

வளர்ந்த மற்றும் வளர்ந்து வரும் கவிஞர்களை பின்பற்றும் வகையில் பார்க்கும்போது ஒரு நாள் இவர் தமிழ் துறையில் சாதிப்பார் என உறுதி கொள்ளலாம்... இவரை தொடர்புகொள்ள INSTA ID : **Mr.True_heart**

ஆண்டுகள் பல கடந்தாலும் அரவணைப்பில்

கூறைவில்லையே...

ஏட்டுகள் பல எழுதினாலும் ஏக்கமோ தீரவில்லையே...

பார்க்காத வேலையிலும் பாசம் விட்டு போகலையே....

பேசாத வேளையிலும் பாசம் மட்டும் மாறலையே...

என் காதலின் அன்பை எழுத நினைத்த போது தான்

தெரியவந்தது தமிழிலக்கணம் போதாது என...

என்னவளின் சிரிப்புடன் கூடிய உதடுகள், கைகோர்த்து நடந்த

இரவு பொழுதுகள்...

எனக்கென எதையும் செய்யத் துணியும் என்னவளின் மனம்...

கட்டி அணைத்து இருவரும் தழுவிய தருணங்கள்...

இன்றும் ஈரம் மாறாமல் தேகம் முழுவதும் அவள் கொடுத்த

முத்தங்கள்...

என்னவளால் என் வாழ்வில் நிறைந்துள்ள தருணங்கள் போதும்

அவள் இல்லாத வேளையிலும் அவள் நினைவுகளோடு

வாழ்கிறேன்... இருந்தாலும்,பிரிந்தாலும்

அவள் எப்போதும் என்னவள்...

க.அபினேஷ் EEE.,

<u>இணை எழுத்தாளர்கள்</u>

1. அருணகிரி

2. அனிஷ். வீ

3. இரா.தமிழ்செல்வன்

4. இளந்தளிர் இர.பிரதீப்

5. இரா.ரதிப்பிரியா

6. எழிலா ஞானவேல்

7. கவிதாயினி சுவாதி

8. கவி தேடல் எம் மொய்தீன்

9. கிருத்திகா முத்துசாமி

10. கோவர்த்தனன்

11. செ.கீர்த்தனா

12. த. பேபி சாலினி

13. தேவி.ரா

14. பாலசுந்தர்

15. புவனேஷ் புகழேந்தி தமிழ்ப்பித்தன்

16. பூமிகா பன்னீர் செல்வம்

17. ச.மனோ சுந்தரி

18. ம.ர.பிரியதர்ஷிணி

19. மாதவன் கவிச்சிதறல்

20. மானம்உள்ளமாணவன்

21. ராஜ்குமார். ரா

22. ரா. மகாகிருஷ்ணன்

23. ABINESH.A

24. A.SHARMILI

25. ARUN VARSHAN

26. DURGANANDHINI

27. E.GAYATHRI

28. ESWARI.P

29. GUNAROHINI

30. G.PRASANA

31. HARISH KARTHIKEYAN

32. INDIRAJITH.A

33. JIMCY ANTONY(JIMIKKY)

34. KARTHICK.A

35. KAVIN KUMAR.T

36. KAMESHWARAN.K

37. KALAIVANI VIJAY

38. K.MANIKANDAN

39. K.S.RAMAKRISHNAN

40. L.LOGANATHAN

41. M.NISHA

42. M.KIRUBAHARAN

43. MOHAN BAB

44. R.VAISHNAVI

45. RUDRAN VETRIVEL

46. RAMESH KRISHNAN

47. S.A.VIJAY ANAND

48. S.MOHANA PRIYA

49. S.R KAVI KUTTY (2)

50. SHAILO JOY A.J

51. SANYAKTA

52. S.JENIFER

53. TAMILARASI.V

54. V.MARI MUTHU

55. VINOTHA

என்னுள் நின்றவள்

என்னவளே என் இனியவளே என்னை இனிக்க வைத்தவளே

இனிக்குதடி உந்தன் பேச்சு இனி என் இதயம்மெல்லாம்
உந்தன் உயிர் மூச்சு நீ

இல்லாமல் எனக்கு எதுவும் இல்லை நீ

தானே என் வாழ்க்கையின் எல்லை என் இதயத்தின் துடிப்பாக
நீ

என் இமைகளின் இமையாக நீ

என் அன்னையின் உருவமாக நீ என் அன்பின் வடிவமாக நீ
என் இரவுகளில் கனவாக நீ

என் இதயத்தின் நினைவாக என் கண்களின் கண்ணீராக நீ

என் கனவுகளில் ஒரு பொழுதும் வந்திடாத நீ

என் விழிகளின் வழியாக என் விடியலின் வெளிச்சமாக நீ

என் மூச்சில் கலந்த காற்றாக நீ என் முடிவில்லா
பயணங்களில் முடிவாக நீ

என் நேசத்தின் அன்பாக என் சுவாசத்தின் உயிராக நீ

என் கவிதைகளும் நீ என் கற்பனைகளும் நீ

என் சிந்தனைகளும் நீ

என்னை சிந்திக்க வைத்ததும் நீ

என்னில் உள்ள இத்தனையும் நீ

யாக இருக்கையில் உன்னில் மட்டும் ஏனோ நான்

இல்லை.......?

அருணகிரி...

அவள் எப்போதும் என்னவள்

என்னதான் வலித்தாலும் எப்போதும் நான் சிரிக்கிறேன்
காயம் நீ தந்தாலும் உன்னிடம் காதல் பெற விரும்புகிறேன்

கலைய௦ாத மேகமாய் தொலை௦யாத காற்ற௦ாய் என்றென்றும்
உனக்காகவே நான் இருப்பேன்...

என்னவளே அழகியே உன் கரங்களை தருகிற௦ாய௦
என்னோடு வாழ் நாள் எல்லாம் வருவ௦ாயா....

கண்மணியே என் தோளோடு சாய்கிறயே என் வாழ்வில்
உயிரில் பாதியாக நீ இருப்ப௦ாயா.....

பெண்ணே பேசும் வேளைய௦ிலும் புன்னகை செய்கிறாயே
என்வாழ்வில் நான் அழும்போதும் என்னைசிரிக்க
வைப்ப௦ாயா....

காதலியே உன்னை சேர முடியாது என்று தெரிந்தும் ஆசை
வைத்தேன் மாமன் மகளே உன் மீது உரிமை இருந்தும் விலகி
போகிறேன் காலத்தால் நீ என்னை பிரிந்து சென்றாலும் என்
காதலால் எப்போதும் நீ என் என்னவளே......

அனிஷ். வீ...

கவிதை

அவள் நிறம் திரும்பி பார்க்கும் நிறம் அல்ல.....

ஆனாலும் நான் திரும்ப திரும்ப பார்க்க ஏங்குகிறேன்.....
அவள் குரல் இனிமை அல்ல.....

ஆனாலும் நான் கேட்டு கொண்டே இருக்க
நினைக்கிறேன்.....

அவள் பேசுகின்ற பேச்சு புரியவில்லை ஆனாலும் நான்

அதை ரசிக்க மறப்பதில்லை.....

அவள் தினம் தினம் சண்டை போடும் இம்சை அரசி தான்.....

ஆனால் அந்த அன்பான ராட்சசி வேண்டாம் என்று

நான் ஒரு நாளும் நினைக்கவில்லை.....

திரும்ப திரும்ப வரும் அவளது *"மறந்துட்டியா" "என்னை

மறந்திரு"* என்ற குறுஞ்செய்திகள் எனக்கு வலிகள்

தான் ஆனாலும் நான் அவளை வெறுத்தது இல்லை.....

ஏனெனில்.....

அவள் என்னவள்.....

அவள் உலகில் நான் ஒருவன் மட்டுமே...

அவளுக்கு எப்போதும் என் நினைவு தான்.....

அவள் சந்தோசம் துக்கம் அழுகை கோபம்

இவற்றை என்னிடம் தானே காட்டுவாள்.....

இரா.தமிழ்செல்வன்...

என்னவள்...

சுதந்திரப் பறவையாய்... சுற்றித்திரியும் உந்தன்

விழிகளை நான் காணும் பொழுதெல்லாம் இமைகொண்டு
சிறை செய்தவளே ...

இலக்கிய இலக்கணம் தெரியாது ஆனாலும் உன்னை
வர்ணிக்காமல் இருக்க முடியாது ...

ஏனென்றால் நீ எப்போதும் என்னவள்...

பொருள் இருந்தால்தான் பொருள்பட உரைக்க ஏதேனும்
தோன்றும்...

பொருள்பட தோன்றும் பொக்கிஷம் நீ எனக்கு...

உன் கண் சிமிட்டும் கணங்களை...

கவிதை ஆக்கினேன் கண்சிமிட்டும் ஒவ்வொரு
கணங்களிலும்...

புன்னகை பூக்கள் பூக்குதடி...

பருவமில்லாமல் காலமெல்லாம் பூக்கட்டும் இப்பூக்கள்...

16

ஒவ்வொரு இரவும் உன்னைச் சுற்றிய உன்

நினைவலைகளின் கதகதப்பில்...

உறங்காமல் உறங்கிப் போகிறேன்...

இரவின் மடியில்... நிலவின் நிழலில்...

நினைவில் கொள் கண்மணியே...

உன் நினைவுகளை புதைக்கும் கல்லறை அல்ல...

என் இதயம் உன் நினைவுகளை சுமக்கும் கருவறை...

எழுதிக் கொண்டே இருக்கும் என் விரல்கள்...

நான் மரணிக்கும் வரை...

ஏனென்றால் அவள் எப்போதும் என்னவள்...

இளந்தளிர்.இர.பிரதீப்...

அவள் எப்போதும் என்னவள்

மணம் கமழும் காரிகையின் கூந்தலில் குடிக்கொண்டிருந்த நாட்கள்,, கருவிழியாய் நான் மாற, இமையாக எனைக் காத்தவள்..

ஊரார் துரத்தி இழிவுப் படுத்த உயிராய் எனைப் பற்றியவள்.. எங்குச் சென்றாலும் பின்னே வரும் நிழல் போல் என்பின் சுற்றியவள்..

என்னுள் பாதியாக இருந்தவள்-இன்று என்னுயிரையும் எடுத்துக்கொண்டு எங்கோ சென்றுவிட்டாள்...

உயிரில்லா வெற்று உடலாய் திரியும் இந்த பாதகனின் மனதை தவிக்கவிட்டாள்...

கண்போல் காத்த கயல்விழியே !! ஏனடி விட்டுச்சென்றாய் எனைத் தனியே??? துயில் கொள்ள இயலவில்லை...

நான் உன் மடியில் சாயும் முன்னே, நீ மண்ணுக்குள்

சாய்ந்தது ஏனடி??

எனக்கனைத்தும் நீயாக இருக்க, இன்று யாருமின்றி
அனாதையாகிறேன் நானடி!! ஆதியும் நீயாக அந்தமும் நீயாக,
உன்னோடு மீண்டும் வாழும், என் கனவு மட்டும் மெய்யாக
கூடாதா??

வேஷம் போடும் உலகினில் என்மேல் பாசம் காட்டிவிட்டு
இறுதியில் இவளும் மோசம் செய்துவிட்டாள்,,
என்நெஞ்சில் குடியிருக்கும் எந்தன் கண்ணம்மா !
எவ்வாறு இருந்தபோதும், அவள் எப்போதும் என்னவள் !!

இரா.ரதிப்பிரியா...

என்னவள்

கரைந்தாலும் வளர்ந்தாலும் நிலவை சுமக்கும் கடல்....

உதைத்தாலும் வலித்தாலும் சிசுவை சுமக்கும் கருப்பை...

வளர்ந்தாலும் வளைந்தாலும் போஷித்திடும் வேர
தூற்றினாலும் துரத்தினாலும் காத்திடும் உறவு...

அது போல் உடல் இளைத்தாலும், பூசினாலும்தோல்
கருத்தாலும், சுருங்கினாலும்

வார்த்தைகள் கசந்தாலும் இனித்தாலும் செயல்கள்
குற்றமானாலும் குன்றினாலும்

அவள் கற்பே களவு போனாலும் அவள் கருப்பையே
மலடானாலும்   அவள் எப்போதும் என்னவள்....

எழிலா ஞானவேல்...

"நீ" என்றேன்.

ஏகாந்த காற்றோடு தளர்வாய் உன் கை கோர்த்து நடக்கையில் கேட்கிறாய்

"காதல் என்றால் என்ன?" என்பதை நெருங்கி கொண்டிருக்கும் நம் வயதை வென்று

இன்னும் மின்னும் அந்த காதலை விவரிக்க வினவுகிறாய்...

காதல் ரோஜா செடியில் முள்ளை மறந்து,பூவை இரசிக்கும் வளர்ச்சித்தான் காதலோ!....

கண்ணீர் துளிர்க்கையிலும் சோகம் துறந்து புன்னகை சுமக்கும் பிடிவாதம் காதலோ!...

பிரிவுகள் அச்சுறுத்தையிலும் உணர்வுகள் எரித்து கனவுகள் சுமக்கும் பகுத்தறிவுதான் காதலோ!...

இப்படி இது காதலோ அது காதலோ...

என்று சிந்தித்துக்கொண்டிருக்கையில் திடரென்று

சிந்தையை சிதறடித்து தீண்டுகிறது

உன் உடைந்த ஆனாலும் உணர்வுள்ள குரல் " சொல்!

காதல் என்றால் என்ன?"

2 பேரன்,பேத்தி இருக்கையில் 2 வயது பிள்ளையாய்
பிடிவாதம் பிடிக்கும் உன் கைகளுக்குள் என் கைகளை
இன்னும் அழுத்தி "நீ" என்றேன்.

எழிலா ஞானவேல்...

அவள் எப்போதும் என்னவள்..

இரவின் சமுத்திர கரையில் அவளுடன்..!! அன்னம் போன்ற
நடையழகி..!!! அனிச்சம் மஞ்சள் இடையழகி..!!!
வெண்மதியின் இளமை திரட்டி வெள்ளை மலர் உன்னில்
சேர்த்தான் பிரம்மனடி..!!! அஞ்சனை தீட்டிய விழிகள்-காதல்
அச்சதை இதயத்தில் தூவுதடி..!!

வில் போன்ற புருவங்கள் விழி கடந்து மார்ப்பை
துளைக்குதடி..!! உறங்கிய இயக்குநீரும்-காதல் உருவெடுத்து
போதைக்கொண்டு உனை தேடுதடி..!! கால்கொலுசு ஒலி
கேட்டு காளை கண்கள் தேடுதடி...!!!

ஆணுக்குள் நாணம் உண்டு என உனை பார்த்து
அறிந்தேனடி..!!! உன் பாதம் பட்ட சமுத்திர மணலில்
மலர்ச்சோலை எங்கும் மலருதடி..!! மலர்ச்சோலை
வண்ணமெல்லாம் உன் மேனியில் தாவணி ஆனதடி...!!!
தாமரையின் செவ்விதழ் போல் சிவந்தஇதழ் எனை ரீங்கார
வண்டாய் தேன் சுவைக்க அழைக்குதடி..!! உடலினுள்
வியர்க்கும் உறுப்புக்கெல்லாம் உன் மூச்சு சாமரம் வீசுதடி...!!

சிலிர்க்கும் உந்தன் சில்லரை சிரிப்பில் சிதறிய உமிழ்த்துளி
பட்டு நளிர்உப்பு கடல் நீரெல்லாம் நன்னீராய் மாறுதடி...!!!
நன்னிமித்தம் பார்த்து நாள் குறிப்பேனடி..!!! வகுடெடுத்த
நெற்றியில் என் உதிரம் திலகம் ஆகுமடி..!!!

மங்கை கழுத்தில் மாலையிடும் மணவாளன் நானடி..!!! காலம்
கைக்கூடும் வரை காத்திருந்து கதைப்போமடி..!!
இவ்வேளையில் நான் சொல்வதை கேளடி..!!

நறுமுகை மலரெல்லாம் தொடுத்து நடமாடும் வெண்மதிக்கு
மலர்ச்சோலை ஊஞ்சல் மாமன் கட்ட மார்போடு
தலைசாய்த்து கொண்டு இதயதுடிப்பின் தாலாட்டு இசையில்
இமை மூடி துயில்கொள்ளடி என்னவளே...!!

கவிதாயினி சுவாதி...

அவளின் ரசிகன்

நிழல் நான் வெளிச்சம் நீ //

என் மொழிகளின் ஒலி நீ //

என் விழிகளின் ஒளி நீ //

ஒலி ஒளியின் ஓலம் காதல் //

நிலவு என்னுள் நிலவும் காதல் //

கதிரும் என்னுள் பதியும் காதல் //

வீசும் காற்றும் பேசும் காதல் //

தூவும் வானம் மேவும் காதல் //

கூவும் குயிலின் குரலில் காதல் //

வாழும் உயிர்களில் வாழும் காதல் //

சங்கம் கண்ட தமிழின் காதல் //

சாகவரமடி சங்கமிக்கும் நம் காதல் //

எப்பொழுதும் உதடுகள் உறவுகளிடம் பேச //

என் உள்ளம் உன்னிடம் பேச //

நாடுகிறேன் காணாது வாடுகிறேன் தேடுகிறேன் //

என்னவளே பாடுகிறேன் சாடுகிறேன் உன்னுயிரோடு //

கூடுகிறேன் நாணுகிறேன் உனக்குள் பேணுகிறேன் //

அவள் தேட தொலைந்து போகிறேன் //

தேடாத தொலைந்து புதைத்து போகிறேன் //

புரிகிறது புரிந்தும் புதைந்து போகிறேன் //

உன்னை நினைத்து நினைவிழந்து போகிறேன் //

நிலை கொள்ளவில்லை என் மனசு //

உன்மீது நிலை கொண்டதால் என்னோடு //

அவள் எப்பொழுதும் என்னவள் ஆனவள் //

கவி தேடல் எம் மொய்தீன்...

காத்து நிற்கிறேன்!!

உடல்கள் ஒவ்வொன்றும் வெவ்வேறு திசையில்....

மனங்களோ ஒரே இடத்தில்...

பேசாமலும், பார்க்காமலும் உன்னை நினைத்து மனமோ
தவிக்கின்றது!!

காணாமல் காண்கிறேன் முழுநிலவை...

என் மனதினுள்!!!

மழைத்துளிப் படாமல் மண்வாசம் வீசாமல் போனது
போல்...

உன் வாசம் படாமல் என் சுவாசமும் பறிபோனது!!!

பேசத் துடிக்கிறேன்... தூரத்தில் அவள்!!

காத்து நிற்கிறேன்...

அவளின் மொழிகளைக் கேட்கும் நேரத்திற்காக...

அவளின் நினைவாலே...!!!

சிக்கித் தவிக்கும் மனம்...

ஊசி வைத்துக் குத்துகிறாள்...

பொறுத்துக் கொள்கிறேன்...

அவள் என்னவளானதால்!!!

கிருத்திகா முத்துசாமி....

உன்னவனாக நான் இருக்கிறேன்!!

தவழ்ந்து வந்த வெள்ளிக் கிண்ணமே...

தடுமாறாமல் நிலைத்த தங்கமே...

உன்னை உருகி நேசிக்கும் உன்னவன் உனக்காக ஏதும்
செய்ய தயாராய் இருக்கும்பொழுது..

உன்னவனாகிய நான் இருக்கும்போது... நீ ஏன்
வருந்துகிறாய்..?

இருட்டினிலும் பிரியா உன் நிழலாய்...

உன் குருதியும், சதையுமாய் உன்னைத் தொடர்வேனே...

எந்தன் பார்வை வட்டத்துக்குள் நின்னை வைத்து
உனக்கான இதயமாய் இருப்பேனே என்றும்!!

நீ என்னுடையவளானதால்!!

நினைவுகளில் நீங்கி குருதியாய் உள்ளுக்குள்
ஊறுகிறாள்...

அவள் என்னவள் என்பதால்!!!

வேண்டா வரத்தைப் பெற்று வந்த என் தேவதையே...

உனக்கு வேண்டியவை எல்லாம் செய்வதற்கு தான்
என்னைப் படைத்தானோ..?

உன் வாழ்க்கைத் துணையாக வர...!!

தூரமாய் இருந்தாலும் என் இதயத்தின் ஓரத்திலே உன்
ஞாபகங்கள் உதித்துக் கொண்டே இருக்கின்றன...

என் வரமே நீ என்பதால்!!!

கிருத்திகா முத்துசாமி....

புயல்

ஒரு புயல் அவளை பார்த்தவுடன்!

ஒரு ஆழிப்பேரலை அவள் திரும்பியவுடன்!

ஒரு நிலநடுக்கம் அவள் பேசியவுடன்!

ஒரு நிசப்தம் அவள் அருகில் வந்தவுடன்!

காத்திருந்தேன்! என் காதலை சொல்ல?

பூத்திருந்தன! பூக்கள் என் கையில்!

வந்திறங்கினாள்! நயாகராபோல!

அருகில் சென்றேன்! கலைந்துவிட்டது கனவு?

காதல் உச்சத்தை அடையவும் வைக்கும்!

காதல் உச்சந்தலையை அரிக்கவும் வைக்கும்!

கு.கோவர்த்தனன்

அவள் எப்போதும் என்னவள்

நிஜங்கள் யாவும் நினைவுகளாய் மாறிப்போன மாயம் ஏனோ?

துன்பத்தில் தோள் கொடுத்து தோழியானவள், இன்பத்திலும் இளைபாறி என்னுள் சரிபாதியானாள்! அரவணைப்பதில் அன்னையாய் தன்னம்பிக்கை தருவதில்

தந்தையாய் உருமாறி யாதுமாய் நின்றவள் அவள்! காணமுடியாத தொலைவில் அவள் இருந்தாலும் காணும் இடமெல்லாம் நிறைந்திருப்பாள் நீங்காத நினைவுகளினால்! இறைவன் விதித்த விதியா? அல்ல, மானுடம் செய்த சதியா?

வழி தெரியா பயணத்தில் விடை தேடி அலைகிறேன் விழி மூடி! காலம் கடந்து கனவுகள் கலைந்தாலும் காத்திருப்பேன் என்றென்றும் என்னவளுக்காக!!!...

செ.கீர்த்தனா...

இதயத்தின் உணர்வுகள்

கருவறையில் உருவம் தோன்றா காலம் முதலாய் எனது
உயிர்த் துடிப்பை உணர்ந்தவளே!

நான் கொடுத்த வலிகளையும் வாயார வருணித்து
மகிழ்ந்தவளே!

கண்ணுக்கெட்டா தொலைவினினுள் உன்னை காலம் கடத்திச்
சென்ற மாயம் ஏனோ?

மங்கையாகியும் மனம் மகிழ்ந்தேன் உன் மடியில் மழலையாய்
தவழ்வதற்காக!!!...

நித்தமும் சாதம் ஊட்டி வாழ்த்தி வழியனுப்பியும் வீடு திரும்பும்
வரை காத்திருப்பாய் விழி மூடாமல் எனக்காக!!!...

தீராக் காதலோடு நீ அணைக்கும் வேளையில் மடி சாயும்
மகிழ்ச்சிக்காக காத்திருப்பேன் என்றும் உனக்காக நான்..

. உருவங்களை காணாபோதிலும் உயிர்க்காதலை சுமந்து
உணர்வுகளினால் ஒன்றிணைந்து நினைவுகளால்
சங்கமிப்போம்!..

நிகழும் நிஜங்களும் நிரந்தரமில்லை அன்னையே! நீங்கா உன்
ஞாபகத்துடன் என்றும் நான்....

செ.கீர்த்தனா...

அவள் எப்போதும் என்னவள்

கண்டாங்கி சேலையில் கண்டது இல்லை!! பட்டுடித்தி பார்த்தது இல்லை!!! பட்டாம்பூச்சி போல வண்ண வண்ண உடை அணிந்து, வர்ணிக்க வார்த்தைகளை வசனம்மாக்கி வாழ்கிறேன்!!!

வாழ்க்கை தத்துவத்தை வாழ கற்றுக்கொடு. காதல் என்ற கடிதத்தில் கண்சிமிட்டி, கண்கட்டி வித்தை காட்டினாய் தாயாக பாவித்த போது தாலாட்டுபாடினாய், தந்தையாக நினைத்த போது தட்டிக் கொடுத்தாய்,

உன் கருவில் என் பிள்ளை வளர்கிறது!!! உன்னோடு பயணம் செய்ய உன் தாய் தந்தை இல்லை, என்று!! நீ ஒரு போதும் நினைத்தது இல்லை.....

என் பணிச்சுமைக்கண்டு அடி என்னவளே....

மனம் மயங்கி நிற்கின்றாயா...

மணம்முடிக்கும் முன் தெரியலையா....

என் மனநிலை.. நீ என்றும் என்னவள் அடி உன்னை மணக்கும் போதும், மாலையிடும் போதும், என் மனம் கலங்கியது...

காரணம்!!!! மனம்விட்டு பேசி, உன்னோடு பயணம் செய்ய!!!!

நான் உன் வீட்டு பிள்ளை இல்லை...!!!!!

இந்த நாட்டின் இராணுவ பிள்ளையாக நாட்டு பிள்ளையாக இருக்கிறேன்..!!

நாடு சுற்றி திரியும் என்னையோ!!!

சுட்டு எறிந்தாலும்.! !! மனங்கலங்கி மார்தட்டி சொல்லடி என்னவளே...!!!

யாருக்கு மயங்காத மன்னவன்.!!! நாட்டுக்காக உயிர் துறந்தவன்.!! என்று..

நான் மண்ணோடு போனாலும் எப்போதும் நீ என்னவள் தான்.... அழகியே...

த. பேபி சாலினி...

அவள் எப்போதும் என்னவள்

உன் இமை எனும் மண்வெட்டி கொண்டு என் இதயமெனும்
தரிசு நிலத்தை சீர் செய்தவளே!

அன்பெனும் மழை பொழிந்து காதல் பயிரை நட்டுச்
சென்றவளே!

வெட்கம் எனும் உரமிட்டு என்னை செழிக்கச் செய்தவளே!
என் செவியோரம் உன் மூச்சுக்காற்றை அறுவடை
செய்தவளே!

கண்ணால் பேசித் தொடங்கிய நம் காதல், கண்ணாடி போட்ட
இந்நாள் வரை எனைத் தழுவுதடி!

சில்லறையாய் சிதற விட்ட என் இதயத்தை, உண்டியலாய்
சேர்த்து வைத்தது உன் காலடி, ஊசி நூலாய் என் மனதை
உன் இதயத்துள் கோர்த்தாயடி,

உன் ஈட்டி பார்வையால் என் எண்ணம் சிதைந்ததடி, சிந்தை
மறந்ததடி.

சிட்டுக்குருவியாய் இருந்த என்னை சிகரத்திற்கு ஏற்றிய சிங்காரியே, நான் போட்ட ஒற்றை மெட்டிக்காக என் வாழ்க்கை இசைக்கே மெட்டமைத்தாயடி!

பொட்டு வைத்த கையோ நடுக்கல் எடுக்க பொக்கை வாய்ப் பல்காரி பொத்தி பொத்தி காத்தாயடி!!!

பொதகாடு போர வரைக்கும் உன் காதலாலே என்னுள் கலந்தாயடி!!! எப்போதும் இருந்தாயடி! என்னவளாய்! எனக்கானவளாய்!!!

தேவி.ரா...

எழுததான் நினைக்கிறேன்

எழுததான் நினைக்கிறேன்...

காதலை தினமும் என் பேனா களைப்பாகும் வரை

ஆனால் பேனாவோ களைப்பதாக தெரியவில்லை உனைப்
பற்றி எழுதுவதென்றால் பேனாவும் பேரானந்தம்
கொள்கிறதேனோ ?

என் மனதினுள் கற்பனைகளை போல தொடர்ந்து பேனாவின்
மையும் ஊறிகொண்டே இருக்கிறது

தொய்வில்லாமல் கவிதைகளும் தொடர்ந்து கொண்டே
இருக்கிறது.

பாலசுந்தர்...

மரணமென்னும் முதல் பயணம் அவளின்றி

காரிகையே நீ தஞ்சமடைந்துவிட்டுச் சென்ற என் அகத்தில் வேறு ஒரு பெண்ணின் வருகைக்கு இடம் இல்லை .

இடம் அளிக்க அகமும் விழையயவில்லை உன்னை மட்டுமே தேடுகிறது .

அன்று என் வலிகளுக்கு மருந்தானாய்,ஆனால் இன்றோ நீயே வலிகளானாய்..

பிரிவு என்னும் கத்தியினால் என் இதயத்தை நிதமும் குத்திக் கிழித்து உதிரம் வழிகிறது....

அதிலும் உன் பெயரே ஒவ்வொரு துளிகளிலும் உன் முகம் மட்டுமே தெரிகிறது ;

உன்மீது வைத்த அளவற்ற காதலிற்குச் சிறந்த பரிசாய்க் கண்ணீரை அளித்தாய் என்னைவிட்டுப் பிரிந்து சென்று...

யாருமே இல்லாத எனக்கு நீயாவது இறுதி வரை இருப்பாய்
என்ற எண்ணம் ஆனால் நீயும் ஏமாற்றினாய்...

நிதமும் அழுகிறேன் உன்னால் இன்பங்களை இழந்தேன்...,

நிம்மதியையும் இழந்தேன் ஒவ்வொரு கணமும் உன்
நினைவுகள் என்னை அணுஅணுவாய்க் கொல்வதால்...

இவ்வளவு வலிகளைப் பெற்றாலும் அகம் உன்னை மறக்க
மறுக்கிறது...

நீயின்றி வாழ இயலவில்லை . மண்ணிற்குள் புதையயும்முன்
வருவாயா ?

இறுதியாகஇந்த கிறுக்கனைக் காண ...

புவனேஷ் புகழேந்தி தமிழ்ப்பித்தன்

அவள் எப்போதும் என்னவள்

உன் முகம் அறியாமல் உன்னைத் தேடிய நாட்கள்.. நீ என்று தெரியாமல் உன்னுடன் பேசிய தருணங்கள் ....

அறிமுகமில்லாமலே என்னை அறிமுகப்படுத்தினேன்... நீண்டகால உறவுமில்லை...

நீண்டகால பயணமும் இல்லை..

காதல் என்று சொல்ல துணிவுமில்லை நட்பு என்று கூறி விலக விருப்பமுமில்லை..

உன் ஓரப் பார்வையில் ஓர் ஓரமாக நான் இருந்தாலும் போதும்...

என் ஓயாத சிரிப்பை நீ ஓயாமல் கேட்டாலே போதும்..

சுற்றத்தார் சூழ என் கைபிடித்து மணமேடையில் என் அருகில் நீ நின்றாலே போதும் ..

வேறு என்ன நான் கேட்பேன்!...

கனவுகள் பல கண்டேன் என் கனவுலகிலேயே வாழ்ந்திடலாம்
என்ற மனோரதமும் கொண்டேன் ..

ஏனென்றால் இவையெல்லாம் அங்கு தானே நிறைவேறும்..

அங்காவது நீ என்னவளாக இருப்பாய் அல்லவா !..

பூமிகா பன்னீர் செல்வம்...

எனதன்பானவளே

கார்குழல் கண்மணி உன் அழகை கண்டு என் கண்கள் சிமிட்டுவதை நிறுத்தி விட்டது...

. உன் அழகை இன்னும் அழகேற்ற உன் காது ஓரம் ஆடும் கம்மல் கூட உன்னுடன் வாழ கொடுத்து வைத்திருக்கிறது..

உன்னை ஒரு சந்தில் நின்று இரசிக்கும் இந்த அடியனை நீ எப்பொழுது காதல் என்னும் மலர் கொண்டு அலங்கரிப்பாய் என்று ஏங்குகிறேன்...

இந்த மனம் உனக்காக காத்திருப்பது எப்பொழுது உன் மனதுக்கு புரியும் இந்த காத்திருப்பு கூட காதல் அற்புதமானது என்று உணர வைக்கிறது..

ச.மனோ சுந்தரி....

அவள் எப்போதும் என்னவள்

நான் என்னவென்று சொல்லி என் கவிதைகளுக்கு

அவளை அறிமுகம் செய்ய?

என் கற்பனை வளர்ச்சிக்கு வித்திட்டவள் என்றா?

இல்லை என்னுள் காதலை உயிர் தரிக்கவைத்தவள் என்றா?

இல்லை என் எழுத்தாணிக்கு மையிட்டவள் என்றா?

இல்லை வார்த்தைகளுக்கு வர்ணஜாலம் பூசிய

மாயமந்திரக்காரி என்றா?

என்னவென்று சொல்லி அவளை அறிமுகம் செய்ய....?

இனி அவள்தான் என்னுடல் என்று சொல்லவா...?

இல்லையே தேகம் அழியும் ஓர் மாயமே!!!!

உயிர் என்றாலும் என்றோ ஒருநாள் பிரிவாளே....?

பின்பு என்னவென்று சொல்ல அவளை.....?

என் நாடி என்றா?

இதயம் என்றா?

உணர்வுகள் என்றா? வலிகள் என்றா?

கனவுகள் என்றா? கவிதைகள் என்றா?

கண்ணீர் என்றா?

அவள் என் தாய் என்றா?

போதுமப்பா இதற்கு மேல் என் குமுறலை என்னவென்று
எழுதி முடிக்க?....

அவள் எப்போதும் என்னவள் என்பதை தவிர்த்து?....

ம.ர.பிரியதர்ஷிணி...

காதல்.

காதல் என்ற சொல்லை, கனவு மறுப்பதுமில்லை...

காலம் மாறினாலும் காதலும் அழிவதுமில்லை...

உலகம் முழுதும் உற்று நோக்கும் ஓர் உணர்வு...

உலகையே சிறப்பென மாற்றும் பேரழகு...

வேறுபாடும் இங்கே வேரருந்து...

மாறுபடும் அனைத்தும் மெய் மறந்து...

உடல் உணரா உயிர் உருகும் தருணம்...

நித்திரையும் இங்கே நிதர்சனம் இல்லை...

நிஜங்களும் ஏனோ நிழல் இல்லை...

ஆத்திச்சூடியாய் என் காதலிங்கே...

அன்பு என்ற சொல்லுக்கு அர்த்தமவள்...

ஆயிரம் உறவினை மீட்டவள்...

இல்லறம் சிறக்க இனியவள்...

ஈடு இணையற்ற பாசகாரி...

உச்சி மெச்சும் தைரியசாலி...

ஊமை எனை பேச வைத்த உறவு...

எண்ணமெங்கும் ஆக்கிரமிப்பு...

ஏறெடுக்கும் அவள் பணிவு...

ஜயம் இருந்தும் குறையா அன்பு...

ஒன்றானது இரு உயிர்கள்...

ஓரமாக சிறு கவலைகள்,

ஔடதமாய் அவள் காதல்..

மாதவன் கவிச்சிதறல்...

அவள் எப்போதும் என்னவள்

எண்ணங்களை கொள்ளை செய்கிறாள்!,

எழுத்துக்களால் நான் ஆறுதல் தேடுகிறேன்...

உன் இதழ் ஓரம் பூக்கும் பூக்கள் இடம் கேட்கிறேன்

அந்த ஒப்புமையின்! ரகசியத்தை ஆனால் ஒளியூட்டி
செல்கிறாள். ஓட்டைக் குடிசையிலும் ஒளிந்திருந்து
பார்க்கிறேன்!

தோத்து தான் போகிறது அந்த மழைத்துளியும்!

உன் நெற்றியில் சுழன்று வரும் வியர்வைத் துளிகளின் முன்..

ஒரு நொடி நேர விழி மோதலில் என் இதயத்தை பறிமுதல்
செய்தவள்! நாள்தோறும் அணைக்கின்றாள் கனவுகளால்.

அகப்பட்டேன்தெரிந்தே அடைப்பட்டேன்!

தீ மூட்டும் மழைத்துளி போல் ஒலித்து வரும் அவளின் கால்
ஓசையின் முன்!.

மானம் உள்ள மாணவன்...

அவள் எப்போதும் என்னவள்

இமைகா விழிகளும் இமைதிட மறந்ததடி,இரவும் பகலும் ஈவு
கட்டாமல் வாட்டுதடி.... இன்பமா துன்பமா. மாற்றமா (ஏ)
மாற்றமா...வஞ்சதகத்தி நெஞ்சகத்தில் என் உள்ளமும்
வாடுதடி .... மதி முகம் பாராமல் மரணமும் கூடுதடி ....
மகாராணி மனம் சூட மாலையும் ஏங்குதடி....

மலர் பாதம் விரல் தொட இக்காளையும் வாடுதடி ....
மஞ்சத்தில் துயில் கொள்ள பஞ்சனையும் பாவமடி .. மறுத்து
பேசியதால் தான் மரணமும் நேர்ந்ததடி.... மன்னித்து உயிர்
கொடு! உன் பாதத்தில் இடம் கொடு ...!

கல்லரை வாசல் என் உயிர் எதிர்பார்த்து இருக்க ..!
என்னவள் அழைப்பிற்கு என் மனம் ஏங்கி தவம் கிடக்க..

உயிரில்லா பிண்டமாய் அலையும் "இம்மீளியும்" தவித்து
தனித்திருக்க ...

என்னை கொள்ளாமல் கொள்கிறது இத்தனிமை ....! என்னை
மறந்துவிடு எனக்கூறிச்சென்றாய் .. உனை மறக்க

நினைக்கும் ஒவ்வொரு நொடியும் மரணத்தின் விளிம்பில் இதயத்தின் போராட்டம் ...!

உன் மனம் என்ற சிறையில் அடைபட்ட இக்கைதியின் சிறைவாசம் .. மரணத்தையும் உனக்கென ஏற்கும் ஒரு போதும் உன்னை பிரியாமல் ...! உண்மையாய் இருந்தும் உறவில்லை என விட்டுச் சென்றாய் .. உறவாய் இருந்தும் உண்மையை மறைத்ததில்லை ...!

விட்டுச் செல்லும் தொலைவில் இருந்தும் தூரத்து நிலவாய் உன்னை ரசித்தபடி இருந்தேனடி...! நாட்கள் பல கடந்தாலும் உன்னுடன் நடைபோடும் என் கால்களை நேசித்தேன் ..! நேர்மின்றிலும் என்னுடன் உரையாடும் உன் குரலை நேசித்தேன் ...!

யாருமின்றிலும் என்னுடன் துணையாய் இருக்கும் உன் நினைவுகளை நேசிக்கிறேன் ....! கனவில் மட்டுமே மனைவியாய் ....! கனவில் மட்டுமே காதலியாய் ....! கனவில் மட்டுமே காரிகையாய்...! கனவில் மட்டுமே கனவாக கலைந்தாய்....! காலம் பதில் சொல்ல , காலந்தோறும் காத்திருக்கும் , *இச்சிறு இளையவனின் மனம்*

ராஜ்குமார். ரா

அவள் எப்போதும் என்னவள் ....

அழகும் இல்லை ஆடம்பரமும் இல்லைஅன்பால்
கொள்ளையடித்த பேரழகி அவள்!!!

தடுமாறிய போதெல்லாம் தாங்கி பிடித்த தேவதை அவள்!!!

உணவு ஊட்டிய தாயாகவும் உணர்வு ஊட்டிய தந்தையாகவும்
கிடைத்த பொக்கிஷம் அவள்!!!

இரவின் மடியில் தினம் தினம் அவள் மடியில் உறங்க கண்ட
கனவுக்கன்னி அவள்!!!

கரம்பிடித்து கடலலை போல் சிறகடித்து பறக்கும்
சிட்டுக்குருவி அவள்!!!

என்னை சிரிக்கவும் சிந்திக்கவும் வைத்தவள் அவள்!!!

திறமைகளுக்கு தீ மூட்டிய அக்னிச்சிறகுகள் அவள்!!!

நித்தம் நித்தம் என் நினைவுகளில் நீங்கா இடம் பிடித்த
கோதை அவள்!!!

கட்டியணைக்கும் கனவுகளை விட கதைத்திருக்கும

சில நொடிகளுக்கு உயிர் கொடுத்தவள் அவள்!!!

கண்கண்ட வித்தையெல்லாம் கண்டறிந்து இதயத்தைக்
களவாடியவள் அவள்!!!

விட்டு பிரிந்தாலும் விடாமல் தொடர்கிறது காதல் என்னும்
மூன்றெழுத்து அவள் !!!

அவள் எப்போதும் என்னவளே என் உயிர் மூச்சு
உள்ளவரை!!!

ரா. மகாகிருஷ்ணன்...

அவள் எப்போதும் என்னவள்...

கலங்கிய உள்ளம் கண்மூடி தவிக்கிறதே//

உறங்கிய கண்கள் உறங்காமல் சுற்றுகிறதே//

மயங்கிய இதயம் மன்றாடி துடிக்கிறதே//

இயங்கிய உடலும் உண்ணாமல் கிடக்கிறதே !!!

தனிமை என்னும் நரகத்தில் வாழ்கிறேன் நானடி//

இனிமையான நினைவுகளும் சிதைக்கிறது என் இதயத்தை!!!

பனியோ மழையோ வெயிலோ காற்று//

புயலோ மாற்றமெல்லாம் காலத்திற்கு தானே தவிர //

என் மனதிற்குமில்லை என் காதலுக்கும் இல்லை என்
தேவதையே !!!

மனம் கொண்ட காதல் கரைந்துவிடுமோ//

குணம் கொண்ட காதல் அழிந்துவிடுமோ//

ஆறாத வடுவாய் உன் நினைவுகள் என்னை தாலாட்ட//

உன் குறுஞ்செய்தி காணாமல் உருகி போகிறேன் நாளுமே!!!

கன்னியவள் மனதின் ஒரு சொட்டு கண்ணீரும்

சொல்லுமே என் காதல் உண்மை என்று உலகத்திற்கு!!!

மூச்சு உள்ளவரை காலத்திற்கும் துடிக்கும் இதயம்
சொல்லுகிறதே//

எங்கே போனாலும் என்ன ஆனாலும் அவள் எப்போதும்
என்னவள் என்று!!!

ரா.மகாகிருஷ்ணன்...

அவள்

புன்னகை சிந்தினாள் புத்துணர்வு தந்தாள், பூரித்து

விழித்தாள் புதிதாய் பிறந்தேன்,

ஈரிதழ் விரித்தாள் இசை ரசித்தேன், அருகில் அமர்ந்தாள்

அகிலம் மறந்தேன்,

அறையை நிறைத்தாள் அவளை உணர்ந்தேன், கண்கள்

திறந்தேன் காற்றாய் கரைந்தாள்,

அவள் - அப்படித்தான் கலைந்து விடுவாள்,

அவள் - என்னவள்; என் கனவுக்கு சொந்தமானவள்!!

ரூபிணி சோமசுந்தரம்

அவள் எப்போதும் என்னவள்

மதிமுகத்தில் சிரிப்புக் கண்டுத் துடிக்கும் என் இதயத் துடிப்பும் நிற்கஃமடி... உதட்டில் மச்சம் பார்த்து மதி வெட்கி மறையுதடி...

அழகிய பற்கள் காண விண்மீன்கள் ஏங்கித் துடிக்குமடி... உன் கழுகு பார்வைகள் என்கண்ணைக் கொத்தி பறிக்குமடி...

தாமரைபாதம் நடந்தால் ஆமைத் தோற்றுப் போகுமடி... நமனின் பாசக்கயிறை விட உன் பாசக் கயிறு என் உயிர் பறிக்குதடி... மயிலாட்டம் ஒயிலாட்டம் அனைத்தும் உன் நாட்டியத்தில் தோற்க்குமடி...

ஒளவை பேச்சுக்கூட உன் கிளிப்பேச்சில் தோற்கஃமடி... ஓட்டத்தில் சிறுத்தை தோற்கஃமடி....

பாசத்தில் யானைத் தோற்கஃமடி...

விவேகத்தில் புலித் தோற்கஃமடி... முக்கனியின் சுவை நீயே மும்மாறியழகும் நீயே மூவேந்தர் பிறந்த நாட்டில் முடிசூடா

இராணியாக நீ இருக்க வானில் வானவில்லுக்கு அழகு
சேர்க்க கழுத்தில் இடம் கேட்குமடி...

காற்றிலாடும் இளம் கொடிகள் உன் கூந்தலாட்டம் கண்டு
கூந்தலில் இடம் கேட்குமடி...

அழகிய உன் கண்மலரைக் காணக்கிடைக்க ஏங்கும் என்னை
அகலாக,உன்னை வர்ணித்து எழுத ஏங்கும் கைவிரல்கள்

எழுதும் கடிதத்தை நெய்யாகக்,கடிதத்தை கொண்டு சேர்க்கும்
கருடனை திரியாகப் பாவித்து முக்கால் இலட்சணமாய்
இருக்கும் விளக்கு உன் பவளக் கைகள் ஏந்தியதும் சுடர்
விட்டு வாழ்வின் இருள் விளக்குமடி..

தினமும் உன் நினைவில் மனம் ஏங்குதடி.... உன்னுடன்
இருந்த சில மணித்துளிகள் என் உடல் உருகுதடி...

உன்னிருக் கண்கள் காதல் மொழிப் பேசுமடி... என் வாழ்வில்
நீ இருந்தால்... இருக்கும் இடமெல்லாம் சொர்க்கமடி.....

ABINESH.A...

அவள் இப்போதும் என்னவள்

இப்பொழுது நீ என்னுடன் இருப்பாய் என்று தெரிந்திருந்தால் நானும் கின்னஸ் புத்தகத்தில் இடம் பெற்றிருப்பின் எதற்கு தெரியுமா?

பிறந்த பொழுதே சிரித்த அதிசய குழந்தை என்று! எல்லா விஷயங்களிலும் புலம்பிக் கொண்டிருந்த நான் முதன்முதலாக என் முதலும் முடிவுமான

ஒரே பதில் நீ தான் என்பதை புலம்பாமல் புரிந்து கொண்டேன்! காதல் என்பது உணர்வா அல்லது வயது கோளாறா என்பதை நினைக்கும் என் நினைவிற்கும் சரியான பதிலாக நீ கிடைத்தாய் அப்போது எனது மகிழ்ச்சி சிறுவயதில் குழந்தைக்கு கிடைத்த முதல் மகிழ்ச்சியாக இருந்தது!

பாடல் வரிகளில் வரும் காதல் எனும் வார்த்தையை கூட கேட்க விரும்பாத நான் இப்பொழுது என் செவிக்கு தூரத்தில் எப்பொழுதும் காதல் என்னும் வார்த்தையை கேட்டுக்கொண்டே இருக்க விரும்புகிறேன்!

அன்பு காதல் பாசம் என எத்தனை உணர்வுகள் இருந்தாலும் அத்தனை உணர்வுகளும் சேர்ந்து வரமாக நீ கிடைத்த பொழுது உணர்ந்தேன் அத்தனையும்!

அனைவரும் கடவுளிடம் காதலியே தன் மனைவியாக வரவேண்டும் என்றும் வரம் கேட்கிறார்கள் ஆனால் நான் இறுதிவரை என் காதலியாகவே அவள் வர வேண்டும் என்பதை வரமாகக் கேட்கிறேன்!

அவள் இப்போதும் என்னவள் என்பதை அவள் மறுத்தாலும் என் மனம் மறக்காது மறுக்காது!

A.SHARMILI...

கவிதையொன்று கேட்டுவிட்டாள்

கவிதையொன்று கேட்டுவிட்டாள்

கனிவற்ற சிலையொருத்தி என்ன உவமை நான் சொல்ல,

அவள் எழில் முகம் நகை கொள்ள பொங்கு கடல் உன்
கோபம் என்றால்

எங்கு கண்டாய் என் கோபம் என்பாள் வானவில் உன்
புன்னகை என்றால் ஏனதில் என்ன விந்தை என்பாள்
கரும்பறை போல் மின்னும் மேனியென்றால் வெறும்
நிறத்திலா உனக்கு கவனம் என்பாள் தூவல் கால இலைகள்
உன் விழிகள் என்றால் ஆவல் என்ன அப்படி என் கண்ணீரில்
என்பாள் இப்படி இருக்கையில் என்ன உவமை நான்
சொல்ல, அவள் எழில் முகம் நகை கொள்ள.....

ARUNVARSHAN. R. K...

காத்திருக்கிறேன் நான்

உன் கை கோர்த்து கண் பார்த்து கதை பேசும் அந்த நாளுக்காக..

உன் காதில் என் மூக்கைத் துளைக்கும் அந்த நாளுக்காக..

உன் மெத்தையாக என் மடி மாறும் அந்த நாளுக்காக..

உன் இதழ் முத்தத்தில் எனது எச்சில் கலக்கும் அந்த நாளுக்காக..

உன் மார்பில் எனது முகம் பதிக்கும் அந்த நாளுக்காக..

கெட்டி மேளம் முழங்க உற்றார் உறவினர் முன்னர் உனது கைகோர்த்து நிற்கும் அந்த நாளுக்காக...

உன் குருதியில் என் குருதிசேர்ந்து ஒரு ஜீவன் பெற்றெடுக்கும் அந்த நாளுக்காக..

கடைசிவரை உடன் வராவிட்டாலும் இருக்கிற வரை உடன்
இருக்கும் அந்த நாளுக்காக..

இவ்வுலகில் எது மாறினாலும் நமது பந்தம் மாறாது
எப்போதும் நீ என்னவளே...

S.DURGANANDHINI...

அவள் எப்போதும் என்னவள்

இங்கு இமைக்காத நொடிகள் உண்டு உன்னை

நினைக்காத நொடிகள் எது!!

நீ உச்சரித்த பின் தான் தெரிந்தது என் காதல் இத்தனை

அழகு என்பதே!!

எப்போதும் என்னோடு நீ வேண்டும்... துக்கத்தில்

தோழனாய்!!!

இன்பத்தில் கணவனாய்!!!

இறுதிவரை எனக்கு காவலனாய் இருக்க வேண்டும்

என் அன்பே!!!

E.GAYATHRI...

என்றும் என் "கண்" அவள்!!!

"சுடர் விழிக்கண்களில்" சுற்றிப் பார்த்தேன்/தூரத்தில் இரு கண்கள்_என் இதயத்தில் பதித்து இமயத்தில் பொறித்த என்னவனின் கண்கள்.....

சங்கத்தமிழை தரணிக்குத் தந்த "கயல்"வேந்தன் கண்கள்.....

பைந்தமிழ் மொழிக்கு பரவசம் ஊட்டும் பாண்டியனின் கண்கள்!

எட்டுத்தொகையும் பத்துப்பாட்டும் இயம்பிடும் கண்கள்!

தாமரை மலரில் தாயாய் அமர்ந்த சரசுவதி யின் கண்கள்!

எண்ணும் எழுத்தும் கண்ணாய் விளங்கும் திருக்குறளும்

நம் கண்கள் கண்களைப் பற்றிய கவிதை வரைய காடும்

மலையும் கண்கள்.......

என் கண்கள் இரண்டை அள்ளிக் கொண்டு காட்டு மேட்டில்
ஓடிச்சென்றேன்_அங்கே துள்ளி விளையாடும் மான்கள்
இரண்டை என் கண்ணில் வடித்தேன்!

காட்சி என்ன காட்சி! அம்மா கவின் மிகு காட்சி!

சோலைக்குயிலின் பாட்டைக் கேட்டு ஆடும் மயிலைக் கண்டு
விட்டேன் அங்கே பச்சை கிளி இரண்டு பாசமொழி பேச என்
நேசவிழியிரண்டும் உற்று நோக்குதம்மா!

தூரிகட்டிய வானம் அதில் தொங்கிடும் பூமியும் ஓடம்/
ஓடத்தில இரண்டு கண்மணிகள் கானம் பாடுதம்மா!

களிநடனம் ஆடுதம்மா! அவள் என்றும் என்னவள் என்று
இன்னிசை பாடுதம்மா! இமைகளை மூடுதம்மா!

ESWARI .P....

அவள் எப்போதும் என்னவள்

அவள் நிறம், திரும்பி பார்க்கும் நிறம் அல்ல ஆனாலும் நான்
திரும்ப திரும்ப பார்க்க ஏங்குகிறேன்...

அவள் குரல் இனிமை அல்ல ஆனாலும் நான்
கேட்டுக்கொண்டே இருக்க நினைக்கிறேன்...

அவள் பேச்சு புரியவில்லை ஆனாலும் நான் அதை ரசிக்க
மறப்பதில்லை...

அவள் தினம் சண்டை போடும் இம்சை அரசி தான் ஆனால்
அந்த அன்பான ராட்சசி வேண்டாம் என்று நான் ஒரு நாளும்
நினைக்கவில்லை....

அவள் தொடர்ந்து அழைத்து கொண்டிருக்கும் அலை பேசி
அழைப்புகள் எனக்கு தொந்தரவுதான் ஆனாலும் அவற்றிற்கு
பதில் சொல்ல நான் மறந்ததில்லை....

ஏனென்றால், அவள் என்னவள் அவள் உலகில் நான் ஒருவன்
மட்டுமே அவளுக்கு எப்போதும் என் நினைவு தான்..

ஏனென்றால், அவள் எப்போதும் என்னவள்.....

GUNAROHINI

காதல்

கரையில் காதலுடன் காத்திருந்தேன்.....!

நெஞ்சில் உனைச் சுமந்த இதயத்துடன்....!

கால்களை தீண்டிய அலைகள் பன்னீராய் மோத.....!

தென்றல் காற்று வருடிச் செல்ல....!

காத்திருக்கும் நிலவு மயக்கம் கொள்ள....!

உன் பார்வைத் தீண்டிய ஒரே நொடி பொழுதில்....!

அன்பு என்ற இறக்கைகள் விரித்து......!

தெரியாத உலகத்தில் சிறகடித்து பறக்கிறேன்.....!

புரியாத நெஞ்சத்தை பற்றிக்கொள்ள துடிக்கிறேன்.....!

காரணம் ஏன் என்று தெரியவில்லை......

HARISH KARTHIKEYAN...

எப்போதும் அவள் என்னவள்

ஆதி முதல் அந்தம் வரை சத்தியமாய் நான் அறியேன்
எப்போதும் அவள் என்னவள் என்று!

கரம் பற்றிய நாள் முதல் காடு சேரும் காலம் வரை சத்தியமாய்
நான் அறியேன் எப்போதும் அவள் என்னவள் என்று!

ஐந்தாறு வயதில் அரைகுறை பாவாடையில் சிரித்து
சினுங்கிய சிறுக்கியை சத்தியமாய் நான் அறியேன்
எப்போதும் அவள் என்னவள் என்று!

ஓடக்கரையோரம் ஒய்யார நடையோடும் பார்வையிலே
தீயை பத்த வச்சவளை சத்தியமாய் நான் அறியேன்
எப்போதும் அவள் என்னவள் என்று! மூலையில்
மொட்டுடைந்து அரைகுறை முழுதாகி குச்சிக்குள் எட்டி
பார்த்தவளை சத்தியமாய் நான் அறியேன் எப்போதும் அவள்
என்னவள் என்று!

மொட்டு மலராகி மோகம் தான் கொண்டு பக்கம் பெருத்து
பருவ தாகம் கண்டு தேன் தாகம் கொண்டவனை
இறுக்கத்தனை மூடி இன்பத்தேன் கொடுத்தவளை....

சத்தியமாய் நான் அறியேன் எப்போதும் அவள் என்னவள்
என்று! இடைப்பட்ட காலம் வந்து இடையில் இரு மழலை
தந்து மூன்றாமாய் எனையணைத்தவளை சத்தியமாய் நான்
அறியேன் எப்போதும் அவள் என்னவள் என்று!

காலங்கள் கடந்து காட்சிகள் மறைந்து பூமேனி சுருங்கி
பொருமைதனை கொண்டு பூப்போல எனைத்தாங்கியவளை
சத்தியமாய் நான் அறியேன் எப்போதும் அவள் என்னவள்
என்று!

தற்போது காமம் இல்லை!

காசு இல்லை!

ஊடல் இல்லை!

உரசல் இல்லை!

தேடல் இல்லை!

அதன் தேவையும் இல்லை!- ஆனாலும் அவள் எப்போதும்
என்னவளே!

INDIRAJITH A...

அவள் எப்போதும் என்னவள்

அதிகாலை விழிப்பதுமுதல் அந்திமாலை வீழ்வதுவரை
அன்றாடம் அவளோடு..

சிறு சிறு ஊடல்களும் அவ்வப்போது கூடல்களும்
இடையிடையே காதலும் போதும்..

செய்ய கூடாதென சொல்வதை.. தவறாமல் செய்பவன் நான்
இப்போதோ..

அவள் சிறிதாய் முகம்சுழித்தால்.. சரி என
அடங்கிபோகின்றேன்...

நிமிர்ந்த நடையோடு நான் நடக்கும்போதும் எதிரே
பெண்ணொன்று எனை கடக்கும்போது..

தலைகுனிந்து நடக்கிறேன் அருகிலே அவளிருக்கும்போது...

கோபமோ சண்டையோ தவறது யார் மீது இருந்தாலும்..

தான்தான் என ஏற்றுகொண்டு சரணடைந்து.. சந்தோஷமாய் இருந்திட நினைக்கின்றேன்.

ஆணதிகாரம் என்பதை அத்தனை உறவையும் விட்டுவந்த அவளிடம் காட்டாது..

அவள் சந்தோஷத்திற்காக வாழ்ந்திட நினைக்கிறேன்.. ஏனெனில் எ(இ)ப்போதும் அவள் என்னவள் ..

JIMCY ANTONY (JIMIKKY)...

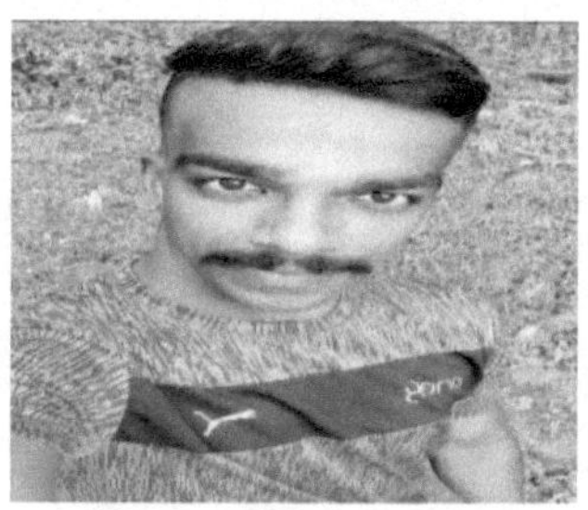

AVALUM NANUM

என்னவள் வேண்டி எதுவும் மறந்தது இல்லை நான்..
கண்ணுக்கு அழகாய் வரன் ஒன்று வந்தது என்றால்... காயம்
மனதில் பாட்டாகி விழி உதிரம் வழங்காது சொன்னேன்...

நல்வரன் எனில் மறுப்பு சொல்ல ஏற்றுக்கொள் என்று
கவலையும் இல்லை எனக்கு என் கண்மணி வாழ்வில் நான்
கண்ட கனவு வாழ்வு தருவானோ...

காதல் அழுதான் என்னை மறக்க செய்வாயோ.... இமைதனில்
இணைத்தவன் நீர் கசிய மகிழ்ச்சி அள்ளிக் கொடுப்பானோ..
இவையெல்லாம் எண்ணி கவலைகொள்ள இன்று நான்
யார்?... பெற்றவனோ...? பெயரிட்டவனோ..? சுற்றமோ
நட்போ...? இன்னோடு முடிந்த கடைக்கண் பார்வைக்கு
பரிபோனது ...

காதல் என்ற அடையாளம் அடியோடு போனது...

KARTHICK.A....

Love

நீரின்றி மீன்கள் இல்லை நீயின்றி நானும் இல்லை

ஏன் இந்த மாற்றம் என்று எனக்கேதும் தெரியவில்லை...

உலகெங்கும் பூக்கள் இருந்தும் உன் வாசம் கேக்குதடி
நெஞ்சம் குழந்தை பேசும் உளறல் மொழிகளையெல்லாம்,
உன் அழகே மிஞ்சும்.....

நதியில் தவழும் இலையை போலே திசையின்றி
தள்ளாடினேனே...

இவள்தானே எந்தன் தேவதை என்று உன்னை பார்த்து
கொண்டாடினேனே ...

இனி தீர்ந்து போகட்டும் இரவுகள் பரவாயில்லை.. மண்ணில்
ஒளியை சிந்திட இங்கு பகலா இல்லை...

உன்னில் நான் இருக்கிறேனா என்பதும் தெரியவில்லை...

என்னில் நீ இருக்கிறாய் என்பதில் சந்தேகமே இல்லை..

KAVIN KUMAR.T...

அவளை நினைத்து...!

முதல்முறை நானும் உன்னை பார்த்திட... தென்றல் காற்று கூட என்னை வந்து சீண்டவில்லை ஆனால் பெண்ணே...!

ஒரு முறை உன்னை நான் பார்த்ததற்கே ஓராயிரம் முறை என்னை நீ எங்க வைத்தாயே!

உன்னை மறுபடியும் பார்க்க வேண்டுமென்று மனமோ மணி நொடி விடாமல் என்னிடம் கெஞ்சுகிறது உன்னை காண சொல்லி...

மூலையோ உன்னை பற்றி மட்டுமே சிந்திக்க வைக்கிறது.... சரி உன்னை பற்றி சிந்திக்காமல் போனால் என்ன ஆகுது என்று நினைத்தேன்..

கோவிலுக்குப் போய் சிதறு தேங்காயை உடைத்தால் அத்தேங்கவும் அழுகிறதே உன்னை மறுபடியும் பார்க்கச்

சொல்லி... காலம் கடந்த காதல் கணவுலகம் தாண்டி கதைக்க
தொடங்குகிறது நினைவுகளால்...

K.KAMESHWARAN...

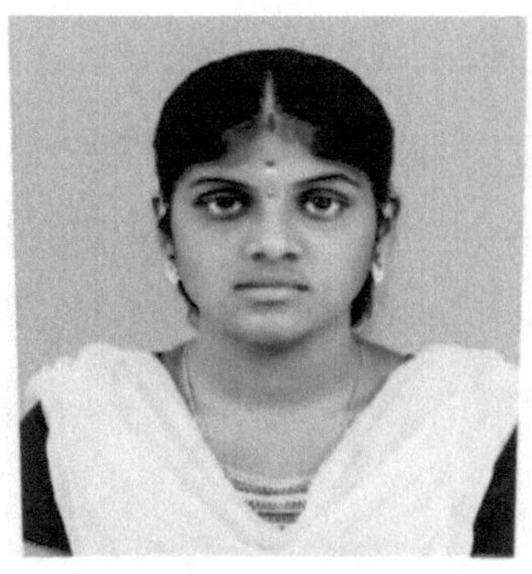

காதலின் தோழியே !!!

கனவிலும் தோன்றா, கண்களிலும் தென்படா, கானல் நீரால் மட்டுமே உயிர் பெரும் காதலே...!

ஐம்பூதங்களும் ஒன்றன் மேல் ஒன்று காதல் கொண்டதால் தான் இன்றும் இவ்வுலகம் சுழல்கிறது...!

ஒன்றிற்கு துணையாய் மற்றொன்று காதல் கொள்வதால் மட்டுமே இணைப்பிரியா வாழ்கின்றன உயிர்கள்...!

இதயம் என்ற சொற்களும் மருவி காதல் என்ற சொற்களுக்கு ஓவியம் வரைகிறது...!

உனக்கும் ஒரு உருவம் வரைய வேண்டுமெனில் அது இதயம் மட்டும் தான்...!

வேறேனும் ரசிக்கத்தக்க உருவம் உண்டா எனில் பதில் உன்னிடமே இல்லை...!

தித்திக்கும் தேன் சுவையில் சிறு ஊடலிலும் எவ்வேனும் உள்
நுழைந்து இதயத்தை ஆர்ப்பரித்து கொள்கிறாய்...! காதலால்
வெற்றி கொள்பவர்களும் உண்டு, உன்னால் தோல்வி கண்டு
உயிரை மாய்த்துக் கொள்பவர்களும் உண்டு...!

இருப்பினும் கர்வத்திறன் கொண்டு எவரும் உன்னை விட்டு
விலகவும் இல்லை...!

எப்படி சொல்வேன் நீ என்னுள்ளும் வசித்து
கொண்டிருக்கிறாய் அல்லவா...!

உச்ச நிலையிலும் உன்னை வெறுக்காமல், உயிர் பிரியும்
நிலையிலும் உன்னை அணைத்துக் கொள்வேன்...!

உற்ற உயிரின் தோழியான காதலே !!!

KALAIVANI VIJAY...

என்னுள் அவள்

காதல் பூக்கும் முன் அவள் எனக்குள் ஓர் குழந்தையாய்
பூத்தெழுந்தால்.

குழந்தை தனமான அவளது சேட்டைகள் நான் ரசிப்பதற்கான
எனக்கான வரம்.

நான் இல்லாத சமயம் எனக்காக காத்திருந்து தாயை தேடும்
குழந்தையாவாள்.

நான் இருக்கின்ற சமயம் என் வேதனையயை போக்க
சந்தோசத்தை உற்பத்தி செய்யும் என் தொழிற்சாலை
கூடமாவால்..

இருப்பது எனக்கென்று அவளின் செல்ல செல்ல குறும்புகள்.
அதனாலே குறையும் எனது பாரங்கள். அவளின் தேவைக்காக
வருவதில்லை.

எனது தேவையென்ன என்னவென்று அறிந்து வருவாள் என்

அருகில்..

மொத்தத்தில் எனக்கு அவள் குழந்தையில்லை.

அவளுக்குத்தான் நான் குழந்தை..

K.MANIKANDAN...

காதல்

பருவ வயதில் பசுமை, இனிமை, குளுமை இவற்றின்

ஒட்டுமொத்த சங்கமம் காதல்

ஒவ்வொருவர் வாழ்வில் நீக்கமற நிலைத்திருக்கும் நிகழ்வு !!

கண்ணே, மணியே, தேனே, பாலே என்று தன்னை மறந்து

, தன்னிலை இழந்து காமத்தால் பேதையை, போதையில்

வர்ணித்து

எளிதில் உணர்ச்சிக்கு அடிமையாகி உணர்வால்

திருமண பந்தத்தில் முடிந்து ஈருடல் ஒருயிராகி மக்கட்பேறே

மகேசன் தந்த. வரம் என்று குழந்தைகளை பெற்றெடுத்து

காதலுக்கு பரிசாய் வருடா வருடம் திருமணநாளை

கொண்டாடி மகிழ்வதே காதல் !!

K.S RAMAKRISHNAN…

அவள் எப்போதும் என்னவளே.

தாயின் சேலைபிடித்து தத்தி நடக்கும் வயதிலே என் விரல் எட்டிப் பிடித்தவள்.... அப்பாவின் தோள் ஏறி சாமிப் பார்க்கையிலே சந்தோசக் கர்வத்தில் என்னைப் பார்த்து தலையசைத்தவள்...

தவறனைத்தும் எனதாயினும் எனக்காக அவள் அண்ணனையே பகையாக்கியவள்....

எனது 18+ கனவுகளுக்கு சொந்தமானவள்...

என்னால் கிழிக்கப்பட்ட தாவணியை தகரப் பெட்டிக்குள் பத்திரப்படுத்தியவள்... யாரும் வேணாம் எனக்கு என் மாமன் போதும்ம்னு குடும்பச் சண்டையில் என் குலசாமியாய் என் கரம் பற்றியவள்...

அன்றல்ல இன்றல்ல அவள் எப்போதும் என்னவளே.

L.LOGANATHAN...

துறு துறு கண்கள் படபடக்கும் பேச்சு...

அமைதி என்றால் அவ்வளவு.... கோபம் வந்தால்
அவ்வவ்வளவு.....

இசையைவிட இயற்கையை இரசிப்பவள்....

ஈர்த்தவைக் கெல்லாம் எழுத்தில் உயிர் கொடுப்பவள் ....

பால்ய பருவம் பாதகமாய் இருந்தாலும் தனக்கு சாதகமாகவே
ஆக்கிக் கொண்டவள்...

படு சுட்டி படிப்பில் கெட்டி...

இன்னும் பல சொல்ல வார்த்தை போதவில்ல....

குறும்புத்தனம், கொஞ்சும் பேச்சு வெகுளித்தனம்

சுட்டித்தனம் எல்லாம் சுருண்டு பருவம் பெருகி

பணியாளாய் ஆனால் பாவம் அவள் ....

தொலைத்த சுட்டித்தனம் கிட்டிடிடாமல்

அடைபட்டுக்கிடிந்தாள்...

திருமணம் தோற்கடித்தது அவள் குறும்புத்தனத்தை....

ஆயிரம் கஷ்டம் வந்தாலும் கலங்காதவள்...

கண் கலங்குகிறாள் ...

கண்ணீர் துடைக்க ஆள் இல்லை என்றெண்ணி...

நண்பன் ஒருவன் உடனிருக்க...

மீண்டு வந்தாள் மீண்டும் வந்தாள்...

வாழ்வை மீட்டு...

ஆமாம் யார் அவள் ? ..

என்னவள்... எனக்குள் இருப்பவள்...

எல்லாமுமானவள்...

அவள் எப்போதும் என்னவள்......

M.NISHA...

கனவாக என்னுள் என்னவள்...

நான் கண்பார்த்ததும்..!!

நீ மண்பார்த்ததும்...!!

என் மனம் உன்குணம் பார்த்ததும்...!!

பின்பு நமக்குள் காதல் மலர்ந்தது...!!

காதலால் வலிகள் மறைந்து.!! காதலால் எனக்குள் கவிதை
படைத்து...!!

உன்னை கரம் பிடிப்பதலில் அல்ல என் காதலின் நோக்கம்..!!

உன் கண்ணீரை துடைப்பதலிழும்..!!

உன்னை கலங்காமல் கரை சேர்ப்பது தான்..!!

துணையோடு நீ தூரம் சென்றாலும்..!!

எனக்குள் உறுதுணையாய் என்றும் நீ இருப்பாய்..!!

நிஜத்தில் என்னை நீ பிரிந்தாலும் நினைவுகளில் நிஜமாக
வாழ்ந்து கொண்டிருக்கிறேன் நிம்மதியாக..!!

நிஜமாய் நீ செய்த அனைத்தும்...!!

நினைவாய் என்னை என்றும் பின் தொடரும் கண்கள்
கண்டதனால் வந்த காதல் இன்று கண்காணா தூரம்
சென்றது..!!

தூரம் சென்றாலும் மறைந்து செல்லுமே தவிர...,

உன்னை மறந்து செல்லாதே என் மனம்வாழ்ந்து
கொண்டிருக்கிறாய்...!!

என் வாழ்க்கை துணையாய் இல்லாவிட்டாலும்..!!

நான் வாழ்வதற்கு எனக்குள் துணையாய்!!!

M.KIRUBAHARAN...

அவள் எப்போதும் என்னவள்

உன் கண்ணோடு பேசி காதல் கொண்டேன் அன்று... கண் சிவக்க கண்ணீர் வருகிறது இன்று...

இரவில் உன்னோடு களிப்புற்று தூக்கத்தை தொலைத்தேன் அன்று...

கவலையால் தூக்கம் இழந்தேன் இன்று...

அறை முழுவதும் உன் வாசனையால் நிறைந்தது அன்று...

பூ வாசம் கூட புலப்படாமல் சுற்றி வருகிறேன் இன்று...

நீ இன்றி பசி குறைந்து தாகம் இழந்து,சினமெல்லாம் தனிந்து...

உன்னை மட்டும் மனதில் சுமந்து...

பல காலம் வாடி வருவது தானோ என் காதல் கண்டது....

MOHAN BABU D...

நினைவில் என்னவள்

தூள்ளி வரும் தென்றல் தூங்கும் கண்கள் புல்லாங்குழலின்
இசைகள் அதை இசைப்பது...

உன் இதழ்கள் கண்ணுக்குள் சேமித்த காதல் நீ...

என் மனதிற்குள் சேமித்த கவிதை நீ துள்ளியது கால்கள்
தூங்காமல் இருக்கும் கண்கள் மனம் முழுவதும்

உன் எண்ணங்கள் உன்னை தேடி அழைத்தது என் கண்கள்...

குளிர் காலத்தில் பூத்த குறுஞ்சிகளே என்னவளை நினைத்து
கோடி மடல் எழுதினாலும் உன்னை கோர்த்து மாலையாக
அணிவிக்கும் வரை என் மடல்கள் ஓயாது......

R.VAISHNAVI...

என் கண்மணி....

இலக்கண இலக்கியம் தேவையில்லை அவள்

சிணுங்கல்கள் பல மொழியை செம்மையாக்கும்...

கம்பன் மட்டும் இவளை கண்டிருந்தால் இவளுக்கென

கவினுலகம் அமைந்திருக்கும்...

இளங்கோ இவள் பேச்சை கேட்டிருந்தால் இலக்கணம்

சிறிது சிதறடிக்கப்பட்டிருக்கும்...

இந்திரன் இவளைப் பார்த்திருந்தால்- நான் போர்த்தொழில்

பழகி போர்க்களம் சென்றிருப்பேன்...

அவள் எப்போதும் என்னவள் என்பதால் எமனாயினும்

எதிர்த்துப் போர் செய்வேன்...

அவளை அணு அணுவாக ரசிக்க பிரம்மனால்

எனக்கு படைத்த கண்கள் தேவர்களுக்கு

கிடைக்கவில்லை, பெரும் கவிஞர்களுக்கும்

வாய்க்கவில்லை...

ஏனென்றால் அவள் என்னவள் ஆயிற்றே..!

RUDRAN VETRIVELRI...

என்னவள் என்னவளே

அவளை பல நாள் நோக்கினேன் ஒருநாள் கூட என்னைப்

பார்க்கவில்லை தோழர் என்று நினைத்தவர் துரோகம்

ஒன்றை செய்திட மேகம் போன்ற மென்மையானவளை

மனத்தாகம் தீர காதலினை கூற அவள் அவனை

வகுப்பாசிரியர் இடம் காட்டி கொடுத்து பூட்டிய மனதை

உடைத்து இறுதியாக ஒரு பார்வைப் பார்த்தால் காற்றுப்

போன பலூனாய் தோற்றுப் போன உணர்வை தூக்கி வீசிய

மனது பரிந்து கொண்டது

அவளை என்னவள் என்று

RAMESH KRISHNAN R...

உன்னிடத்தில் நான்..

நீயும் நானும் போகும் வெகு தூரமே,

வான் மேகங்கள் மழை தூவுமே,

வான் மேகங்கள் மழை தூவ,

ஒரு குடையினில் நீயும் நானும் ஒரு சேர...

உன் கையினால் உன் கூந்தலை நகர்த்தி,

உன் விழியின் ஓரமாய் நீ என்னை பார்க்க, உன் இதழ்களும்
லேசாக சிரிக்க ,

என் உள்ளமும் நடுங்கிய தடி என் இதயம் உன்னிடம் சொல்ல
நினைத்ததோ பல,

ஆனால் என் இதழ்கள் உன்னிடம் சொல்லியதோ சில

உன் விழியின் மயக்கத்தில் மயங்கி கிடக்கிறேன்

சில நிமிடங்களாய் அல்ல பல ஜென்மங்களாய் ஏனோ தெரியவில்லை

என் இதயம் மேகமாய் மாறுதே , ஒருவேளை, நிலவே உன்னை தாங்கத்தானோ...

கரையோரம் உன் மடி சாய்ந்து படுக்கின்ற வரம் வாங்க தவம் இருந்தேன் காதல் முனிவனாய்...

S.A.VIJAY ANAND...

என் அவள்

தாலி கட்டுன நொடி தொட்டு தலை நிமிர்ந்து என்னை
பாத்திராதவ..

அசலாறு அறியாதவ அரநொடி பிரிஞ்சாலும் அழுதே
ஊரக்கூட்றவ மூணு முடிச்ச சொமந்தவ முந்தானையில
புருஷன முடியத் தெரியாதவ...

கண்ணால காதலக் கொட்டத் தெரிஞ்சவ கட்டுனவன் கிட்ட
காரியம் சாதிக்கத் தெரியாதவ...

தாழம்பூவா தழஞ்சு நின்னாலும் மயக்கத்துக்கு மாமன் மார்
போதும்முன்னு சொன்னவ...

மசங்கி நான் நின்னா அவ மடி சாச்சு என் சங்கடம் தீர்த்தவ....

எனக்காக வந்தவ, எனக்குள்ள வந்தவ, அவ எப்பவும்
என்னவளா வந்தவ.

S.MOHANA PRIYA....

என்னின் என்னவள்!!!

யார் அவள்? என் எண்ணமாய் இருப்பவள்.

என் எண்ணத்தை உரைப்பவள்.

நான் பார்க்கும் பொருளை பாரோர் அறிய என்னுடன் வந்து பகர்பவள்.

காலத்தால் அழியாதவள்.கன்னி இளமை வாய்ந்தவள்.

அவளோடு நான் இருக்கும்போது அயர்வென்பது எனக்கேது.

தன்னம்பிக்கை ஊற்றவள்.தன்னிகர் அற்றவள்.

அவள் எப்போதும் என்னவள்.

தாயாய் நின்றவள் தமிழ் என்ற பெயர் கொண்டவள்.

அவள் எப்போதும் என்னவள்

S.R KAVI KUTTY...

ராட்சசியாகிய என்னவள் !!!

எந்தன் உள்ளம் கொள்ளை கொண்டவள்

என்னில் என்றும் பதிந்து கொண்டவள்

என் நெஞ்சின் கொள்ளைக்காரி உயிர் உள்ளவரை
என்றென்றும் என்னவளே

யார் கேட்பினும் நான் கொடுத்திடாத கள்ளக்காரி

என் நிலைகளை அவளின் சூழ்நிலையாய் எண்ணில்
கொண்டு என்னின் பாவனைகளை அழகாய் மாற்றும் மாய
மோகினி

கல்லி என் உயிர் தேவதை என்றென்றும் என் உயிர்
வாங்கிடும் பாசக்காரி அவள் எப்போதும் என்னவள்!

S.R KAVI KUTTY...

என்றும் அவள் என்னவள்..

கனவிலும் நீயடி கண் விழியிலும் நீயடி உயிரிலும் நீயடி
உதிரத்திலும் நீயடி எதிலும் நீயடி எத்திசையிலும் நீயடி அடி
என்னவளே!

என் மனதெங்கும் நிறைந்தவளே தங்க மகுடத்தைவிட
உயர்ந்தவளே கண் இமைக்காமல் உனை இரசிக்கிறேன்

உன் சிரிப்பினில் மனம் நிறைகிறேன் உன் சினத்தினில்
நியாயம் காண்கிறேன் வான் நிலவையும் தோற்கடித்தவளே

என் அழகு தேவதையே வண்ண மயிலைவிட அழகானவளே
என் முழு மதியே புள்ளி மானையும் மிஞ்சியவளே ஆறடி
இலக்கணமே பூந்தேனைவிட இனிமையானவளே என் இதய
திருடியே மனதை கொள்ளையடித்தவளே எப்பிறவியிலும் நீ
என்னவளே!

SHAILO JOY.A.J....

அவள் எப்போதும் என்னவள்!

மன்னவனின் மன மயக்கம் ஆயிரம் முறை பார்த்திருப்பேன் உன்னை

ஆனாலும் இன்று நீ புதியவளாக என் முன் !

பட்டுத்தி வாஞ்சையாய் வளையல் பூட்டி இரு புருவ மத்தியில் திலகம் இட்டு கருமை அருவியாம்உன் குழலில்

மலர் சூடி உன் ரோஜாக்கரங்களில் மருதாணி மேலும் வண்ணம் சேர்க்க !

மங்கை அவள் கால் சிலம்பொழிக்க அன்னமாய் அசைந்து வருகையில் இந்த மன்னவனின் மனமும் மயங்காதோ பேரழகில் !

Sanyakta...

என்னவள் எனக்கே உரியவள்

என்னவள் எனக்கே உரியவள்,

சண்டையிடும் போது சாகசகாரியாகவும்,

சவாலிடும் போது சாவித்திரியாகவும்,

தோற்றமிடும் என்னவள் எனக்கு உரியவள்,

கருவறையிலும் மோதல்,

கற்க கற்பிப்பதிலும் மோதல்,

காற்றிலும் மென்மையானவள்,

கவியிலும் இனிமையானவள்,

பகைப்பதில் பகைவனாகவும்,

கதறும் போது தாயாகவும், தோற்றமளிக்கும் என்னவள்,

எனக்கே உரியவள்,

கடவுளும் பிரிக்க முடியாத என்று நினைக்கும் தருவாயில்,

கல்யாணம் என்னும் காவியத்தில் முடிந்தவள்,

பிரிவின் படலத்தில் பிரவேசிக்கும் போதும்,

கண்களின் ஓரத்தில் கண்ணீர் விழும்போதும்,

மனத்திற்கு தோன்றும் அவள் என்னவளேன்று,

கல்லறைக்கு சென்றாலும் சொல்லமாட்டேன்,

என்ற வார்த்தை கல்யாண முடிவில் தோன்றும்,

என்னை விட்டு போகாதே அக்கா என்று,

ஆம் அவள் என்னவள் எனக்கே உரியவள்.....!!!!!!

S.JENIFER...

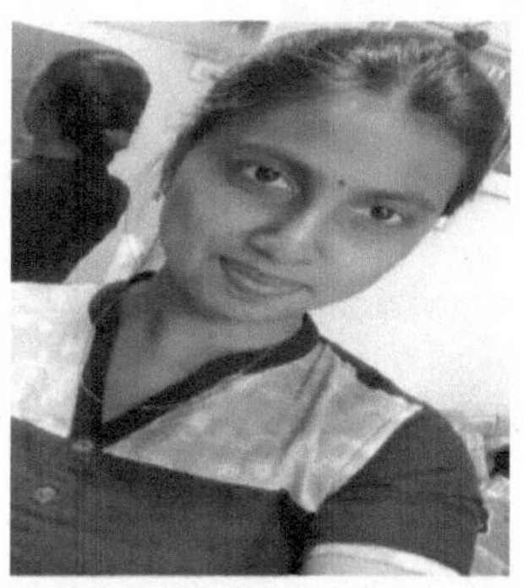

என்னவளே...

கண்கள் சொக்கும் நேரம் நீயே

கண்கள் விழிக்கும் நேரமும் நீயே

மனம் பாடும் இசை நீயே பாதம் கட்டும் மெட்டும் நீயே

விரல் தழுவிய மோதிரம் நீயே

கைகளில் நிரம்பிய கைரேகையும் நீயே

உடல் மேவிய தோல் நீயே

தோல்களில் துளிர்விடும் ரோமமும் நீயே

கண் சொட்டும் கண்ணீரும் நீயே

'தோள் சிந்திய வியர்வையும் நீயே

உடல் உள்ளே ஓடும் உதிரமும் நீயே

உடல் முழுவதும் படர்ந்து இருக்கும் நரம்பு வேரும் நீயே

நாசி கொண்ட சுவாசம் நீயே

என் நெஞ்சத்தின் நேசம் நீயே

என்றும் காதலுடன் என்னுள் இருக்கும்

என்னவள் என்னவளே எப்போதும்...

TAMILARASI.V...

அவள் எப்போதும் என்னவள்

அவள்... ஒரு அட்சயபாத்திரம்..!

அவளுக்கென்று ஒரு அழகிய மொழி எனது புரிதலுக்காக..!

அவளின்றி ஒரு அணுவும் அசையாது. ஆனாலும்-
அவளுக்கான அணுக்கரு என்னுள்.!

அவள் முகத்தின்வரி.. எனது முகவரி.!

அந்தி நேர தென்றல் காற்றும்.. அவளை கொஞ்சி பேசும்
அவர் குரல் கேட்க..!

ஆளுமையின் அங்கீகாரம்.. அதுவே எனது கம்பீரம்..!

அதிசயம் வேண்டாம், ஆச்சரியம் வேண்டாம், அவளின்
அன்புமொழி போதும்..!

அவள் எனக்காக மலர்ந்த அதிசய அத்திப்பூ..!

ஆகாயத்தாமரையின் அடுத்த வாரிசு.. என் ஆன்மாவின் முதல் பரிசு..!

ஆர்ப்பரிக்கும் ஆயிரம் எண்ணங்கள் அணை போட யாருமில்லை..!

அடுத்தும் ஒரு ஜென்மம் வேண்டும் அவளோடு பயணிக்க..!

ஆம், அவள் என்னவள்.. எப்போதும் எனக்கானவள்..!

V.MARIMUTHU....

அவள் எப்போதும் என்னவள்

இரவெல்லாம் உன் இதயத்துடிப்பு கேட்க வேண்டும்...
பகலெல்லாம் உன் பார்வையில் விழ வேண்டும்...
கனவெல்லாம் உன் கண்களை மட்டுமே காண வேண்டும்...
மூச்சு விடும் போதெல்லாம் அவள் முந்தானையில்
விளையாட வேண்டும்... வாழ்வெல்லாம் உனக்கு வசந்தமே
தர வேண்டும்....நினைவெல்லாம் உன் ஓவியத்தில்
ஒளிந்திருக்க வேண்டும்... தாகம் எடுக்கின்ற போதெல்லாம்
அவள் உமிழ்நீரை அருந்த வேண்டும்... சிரிக்கின்ற
போதெல்லாம் சிரிக்கியின் மடியினில் மடிய வேண்டும்...
மனமெல்லாம் உன் மருதாணி வாசமே வசியம் செய்ய
வேண்டும்... கவிதை எழுதும் போதெல்லாம் கண்மணியையே
நினைக்க வேண்டும்... காதெல்லாம் உன் கருங்கூந்தலின்
இசை கேட்க வேண்டும்... உதடெல்லாம் உன் பெயரையே
பாட வேண்டும்...

கைகலெல்லாம் உன் கால்களின் விரல்களை நெடுக
வேண்டும்... உறக்கமெல்லாம் உன் உதட்டிலே உதய
வேண்டும்... சிந்தையெல்லாம் அவளின் சிணுங்களை ரசிக்க
வேண்டும்... சோகத்தில் கூட உன் தோளில் சாய வேண்டும்...
சந்தோச நேரமெல்லாம் உன் விரல்களையே தேட
வேண்டும்... ஆசையெல்லாம் அவள் இடையே ஆழ
வேண்டும்... கண்ணீரெல்லாம் உன் கருமை நிறமே நிறைய
வேண்டும்... கோபத்தில் கூட கோதையின் காதலை பெற
வேண்டும்... மரணமே என்றாலும் உன் மார்பில் இருக்க
வேண்டும்... மறு ஜென்மமே இருந்தாலும் மங்கையின்
மனதினில் வாழ வேண்டும்... ✍

VINOTHA...